Frog is a Hero / English–Vietnamese

Milet Publishing Limited
PO Box 9916
London W14 OGS
England
Email: info@milet.com
Website: www.milet.com

First English–Vietnamese dual language edition published by
Milet Publishing Limited in 2000
First English edition published in 1995 by Andersen Press Ltd

ISBN 1 84059 207 9

Typeset by Typesetters Ltd
Printed and bound in Italy

Max Velthuijs

Ếch là Vị Anh Hùng
Frog is a Hero

Vietnamese translation by Kim Wood

MILET

Mây đen tụ lại trên trời. Mặt trời đã biến mất sau đám mây.

Dark clouds were gathering in the sky. The sun disappeared behind the clouds.

"Mưa bắt đầu rơi," Ếch nghĩ một cách sung sướng. Những giọt đầu tiên đã rớt lên da trần trụi của anh ta. Ếch rất thích mưa.

"It's starting to rain," thought Frog happily. The first drops were already falling on his bare skin. Frog loved the rain.

Anh ta vui sướng nhẩy múa trong khi các giọt mưa rơi mạnh và mau. "Trời mưa, trời mưa. Quần sọt của tôi ướt nhẹp hết!" anh ta ca ồn ào.

He danced for joy as the raindrops fell thick and fast. "It's raining, it's raining. My shorts are soaking wet!" he sang loudly.

Trời càng lúc càng tối lại. Bây giờ mưa rơi thật mạnh. Quá mạnh cho ngay cả Ếch. Anh ta chạy về nhà ướt nhẹp.

The sky got darker and darker. Now it was raining cats and dogs. This was a bit too much even for Frog. He ran home dripping wet.

Ếch tự làm một tách trà. Các giọt mưa đập vào cửa sổ nhưng ở trong nhà rất ấm cúng.

Tuy nhiên sau ba ngày mưa, Ếch bắt đầu khó chịu ở yên. Anh ta không biết Vịt và Heo và Thỏ ở đâu. Anh ta không thấy các bạn từ lúc trời bắt đầu mưa.

Frog made himself a nice hot cup of tea. The raindrops pattered against the window but it was cosy inside.

After three days of rain however, Frog began to feel restless. He wondered how Duck and Pig and Hare were. He hadn't seen them since the rain started.

Đến ngày thứ năm, nước sông bắt đầu lên. Không lâu sau đó nước tràng vào nhà Ếch. Lúc đầu, Ếch thấy vui lạ nhưng sau đó anh ta bắt đầu lo lắng.

On the fifth day, the river began to rise. It wasn't long before water came streaming into Frog's house. At first, Frog thought it was funny but then he began to worry.

Anh ta vội vã lại nhà Vịt. Nhà Vịt cũng bị tràn ngập. "Nước nầy từ đâu ra?" Vịt hỏi một cách tuyệt vọng.
"Nước làm vỡ bờ sông," Ếch la lên. "Chúng ta đi qua nhà Heo."

He hurried over to Duck's house. It was flooded there as well. "Where is all this water coming from?" asked Duck desperately.
"The river has burst its banks," shouted Frog. "Let's go to Pig's house."

Bọn họ cùng nhau đi trong nước qua cảnh lụt.

Together they waded through the watery landscape.

Heo đang dựa ra cửa sổ phòng dưới nóc nhà.
"Tất cả đồ của tôi bị ướt hết," anh ta khóc.

Pig was leaning out of his attic window.
"All my things are wet," he cried.

Thật sự. Bàn và ghế nổi cùng trong phòng. Tất cả đều hỗn loạn. Bọn họ không
thể nào ở lại đây.
"Chúng ta đi thăm Thỏ," Ếch đề nghị.

It was true. Tables and chairs were floating around the room. Everything was in a mess.
They couldn't stay there.
"Let's go and see Hare," suggested Frog.

Nhà Thỏ ở trên một hòn đảo ngay giữa nước. Thỏ đứng ngòai cửa vẫy tay chào bạn.
"Vào dây," anh ta la lên. "Ở trong thì khô."

Hare's house was on an island in the middle of the water. Hare stood at the door and waved to them.
"Come inside," he shouted. "It's dry in here."

Bên trong rất ấm. Rất mang ơn Thỏ, bọn họ đứng trước lò cho khô và kể cho Thỏ nghe chuyện nhà bị lụt.

"Các anh phải ở lại đây," Thỏ nói. "Nhà tôi rộng rãi và tôi có rất nhiều đồ ăn."

It was warm inside. Gratefully, they dried themselves in front of the stove and told Hare how their houses had been flooded.

"You must all stay here," said Hare. "There's plenty of room and I've got plenty of food."

Như thế bọn họ ngồi xuống ăn một nồi kho Thỏ nấu. Bọn họ rất đói và ăn hết. Sau đó bọn họ ngồi thưởng thức một buổi tối ấm cúng, trong khi các giọt mưa tiếp tục đập vào cửa kiếng.

So they all sat down to a big pot of stew Hare had made. They were very hungry and they ate everything up. Then they settled down to a cosy evening, with the rain still pattering against the windowpanes.

Bọn họ ở với Thỏ nhiều ngày. Bọn họ rất vui với nhau, trong lúc trời mưa và mưa bên ngòai.

They stayed as Hare's guests for days. They were happy together, while outside it rained and rained.

Đến khi một ngày đó, bọn họ chỉ còn một ổ bánh mì.
"Chúng ta không còn đồ ăn," Thỏ tuyên bố một cách trầm trọng.
"Chúng ta sẽ chết nếu không ai giúp," Vịt nói.
"Tôi không muốn chết," Ếch nói, "không bao giờ."

Then, one day, they found they were down to their last loaf of bread.
"We have no more food left," declared Hare gravely.
"We'll die if we don't get help," said Duck.
"I don't want to die," said Frog, "ever."

Ngày hôm sau chỉ có vài vụn bánh mì còn lại. Tất cả đều rất đói, nhưng không ai biết phải làm sao hết. Bên ngòai, mưa đã tạnh nhưng nước vẫn còn ngập cao.

The next day only the last crumbs of bread were left. They were all terribly hungry, but nobody knew what to do. Outside, it had stopped raining but the water was still very high.

"Tôi biết!" Ếch la lên bất thình lình. "Tôi sẽ bơi qua các đồi bên kia để tìm sự giúp đỡ."

Thỏ có vẻ lo âu. "Luồng sông rất mạnh và lại quá xa," anh ta nói. "Quá nguy hiểm."

"Nhưng tôi có thể bơi được," Ếch la lên rất hăng hái. "Trong đám mình, tôi bơi giỏi nhất." Và tất cả biết đó là sự thật.

"I know!" shouted Frog suddenly. "I'll swim across to those hills and fetch help."

Hare looked concerned. "The current is very strong and it's such a long way," he said. "It's too dangerous."

"But I can manage it," cried Frog enthusiastically. "I'm the best swimmer of us all."

They knew this was true.

Như vậy Ếch can đảm bước vào nước. Các bạn anh lo âu nhìn theo. Chẳng bao lâu nữa, anh ta biến đi trong xa.

So Frog stepped bravely into the water. His friends watched nervously. Soon, he disappeared into the distance.

Nước lạnh như nước đá, nhưng Ếch không nghĩ đến đó. Anh ta chỉ nghĩ đến Vịt và Thỏ và Heo đang đói.

The water was ice cold, but Frog didn't think about it. He thought of Duck and Hare and Pig who were hungry.

Ếch càng đi xa thì luồng sông lại càng mạnh. Ếch rất mệt. Anh ta không tiếng tới nhiều.
Bỗng nhiên luồng sông cuống anh ta đi.

The further Frog swam, the stronger the current became. Frog felt tired. He was hardly making any headway.
Suddenly the current carried him away.

Ếch bắt đầu chìm.
"Tôi chỉ là con ếch không bơi nổi nữa," Ếch nghĩ.
"Tôi sẽ chết đuối. Tôi sắp sửa chết và sẽ không bao giờ gặp lại các bạn tôi."

Frog began to sink.
"I'm just a frog that can't swim any more," thought Frog.
"I'll drown. I'm going to die and I'll never see my friends again."

Ngay lúc đó một tiếng quen thuột nói, "Chào anh! Mình có gì đây?" Hai cánh tay mạnh kéo Ếch ra khỏi nước và lên thuyền. Đó là Chuột.
Ếch kể cho Chuột nghe trận mưa, trận lụt và sự đói, và anh ta ra đi tìm sự giúp đỡ.

Just then a familiar voice said, "Hello! What have we here?" Two strong arms pulled Frog out of the water and into a boat. It was Rat.
Frog told Rat all about the rain, the flood and the hunger, and how he had set out to get help.

"Đừng lo," Chuột nói. "Thuyền của tôi đầy đồ ăn cho cuộc hành trình của tôi. Đây có đủ đồ ăn cho tất cả mọi người."
Và anh ta dương bườm đi về hứơng nhà Thỏ, nơi ba anh bạn đang chờ sự giúp đỡ tới.

"Don't worry," said Rat. "My boat is full of provisions for my travels. There's plenty of food here for everyone."
And he set sail for Hare's house, where the three friends were waiting for help to arrive.

Heo, Vịt và Thỏ la lời hoan-hô khi thấy Ếch trở lại trong một cái thuyền. Nhưng ai đó với anh ta?

Pig, Duck and Hare cheered when they saw Frog return in a boat. But who was that with him?

Dĩ nhiên, đó là anh bạn thân Chuột! Bọn họ không tin mình thấy gì.

Of course, it was their good friend Rat! They could hardly believe their eyes.

Và Chuột có rất nhiều đồ ăn trên thuyền-bánh mì, mật, mứt, bơ đậu phọng, cải, khoai and nhiều thứ khác nữa.

And Rat had so much food on board—bread, honey, jam, peanut-butter, vegetables, potatoes and much more besides.

"Chuột, anh cứu chúng tôi," Thỏ nói.

"Không," Chuột nói, "các anh phải cám ơn Ếch. Anh Ếch bơi qua nước lụt nguy hiểm, liều mạng mình để đến tôi."

Tất cả đều nhìn Ếch. Anh ta rất hãnh diện. Thật ra đó không chính xác cho lắm, tuy nhiên . . .

"Rat, you've saved us," said Hare.

"No," said Rat, "you have Frog to thank you for that. It was Frog who swam through the treacherous flood, risking his life to reach me."

They all looked at Frog. He was glowing with pride. It wasn't *exactly* true, but still . . .

Từ lúc đó trở đi tình hình tốt hơn. Các bạn làm lễ mừng sự cứu vớt, và Ếch là anh hùng.
Mặt trời chiếu trở lại và nước bắt đầu rút xuống.

From then on things got better. The friends celebrated their rescue, and Frog was the hero.
The sun was shining again and the water was beginning to go down.

Sau hai ngày, nước rút đi hết. Ếch, Vịt và Heo có thể trở về nhà.

After a couple of days, the water had gone. Frog, Duck and Pig were able to return to their homes.

Nhưng tất cả đều dơ bẩn và đầy bùn.
"Không sao hết," Chuột nói, và với sự giúp đỡ của anh ta, bọn họ sửa chữa đồ lại như xưa.
Nhưng đời sống không thể nào như lúc trước. Không ai bao giờ quên được nạn lụt kinh khủng.

But everything was dirty and muddy.
"No problem," said Rat, and with his help, they fixed things up as they had been before.
But things weren't quite the same as before. None of them would ever forget the terrible flood.